Impressum
Verlag: BABADADA GmbH, Nedderfeld 112 , 22529 Hamburg
Geschäftsführer / Verlagsleitung: Harald Hof
Druck: Books on Demand GmbH, In de Tarpen 42, 22848 Norderstedt

Imprint
Publisher: BABADADA GmbH, Nedderfeld 112 , 22529 Hamburg, Germany
Managing Director / Publishing direction: Harald Hof
Print: Books on Demand GmbH, In de Tarpen 42, 22848 Norderstedt

shule

escola

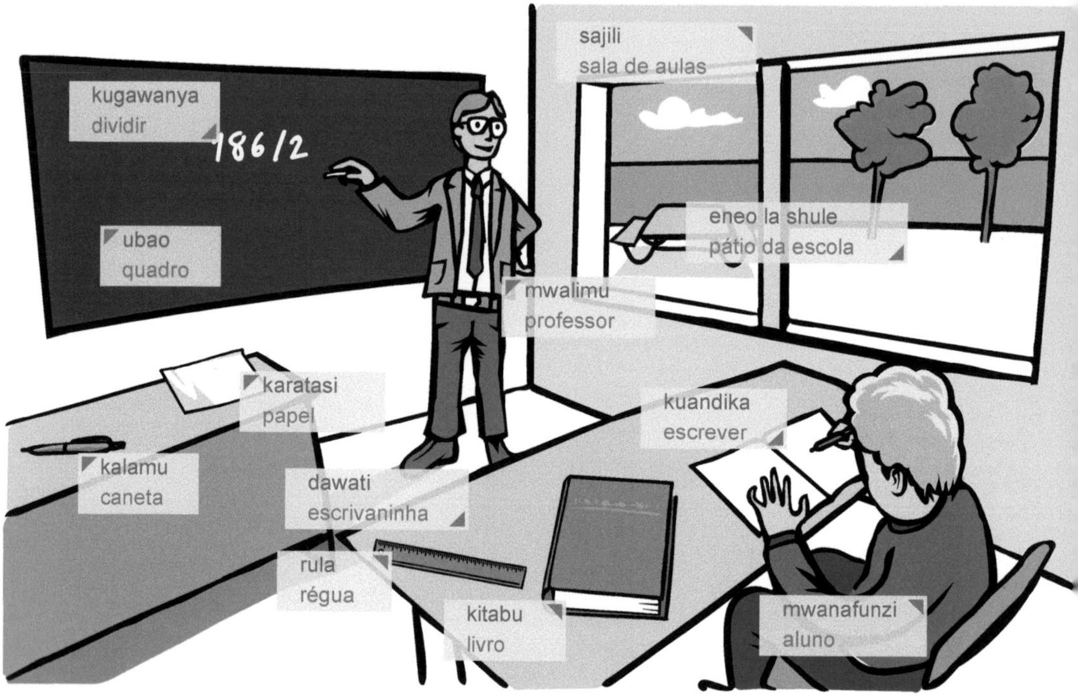
sajili
sala de aulas
kugawanya
dividir
186/2
ubao
quadro
eneo la shule
pátio da escola
mwalimu
professor
karatasi
papel
kuandika
escrever
kalamu
caneta
dawati
escrivaninha
rula
régua
kitabu
livro
mwanafunzi
aluno

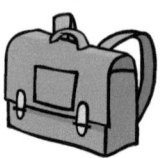

mkoba

sacola

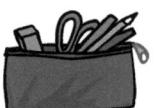

kikasha cha penseli

estojo de lápis

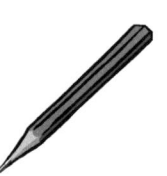

penseli

lápis

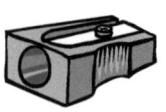

kichonga penseli

apontador de lápis

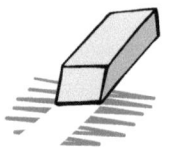

mpira

borracha

pedi ya kuchora

bloco de desenho

uchoraji

desenho

brashi ya rangi

pincel

sanduku la rangi

estojo de tintas

mkasi

tesoura

gundi

cola

daftari

livro de exercícios

kazi ya nyumbani

lição de casa

nambari

número

jumlisha

somar

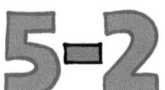

ondoa

subtrair

zidisha

multiplicar

kokotoa

calcular

barua

letra

alfabeti

alfabeto

neno

palavra

maandishi

texto

kusoma

ler

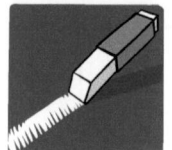

chaki

giz

somo

hora

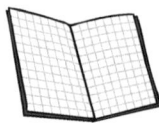

sajili

registro da classe

uchunguzi

exame

cheti

certificado

sare za shule

uniforme escolar

elimu

educação

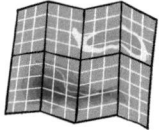

elezo

enciclopédia

chuo kikuu

universidade

darubini

microscópio

ramani

mapa

kikapu cha kuweka karatasi chafu

cesto de lixo

usafiri
viagem

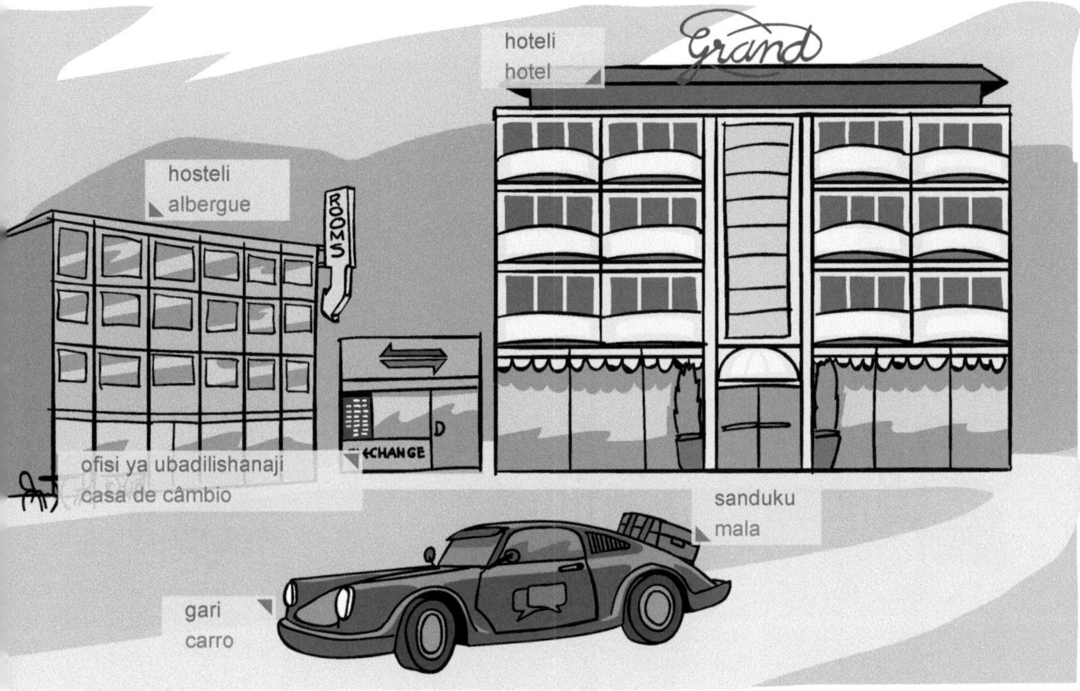
hoteli
hotel
Grand
hosteli
albergue
ROOMS
EXCHANGE
ofisi ya ubadilishanaji
casa de câmbio
sanduku
mala
gari
carro

lugha

idioma

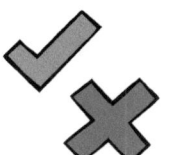

ndiyo / la

sim / não

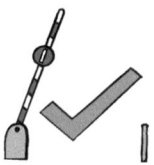

sawa

ok

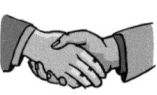

hujambo

Olá

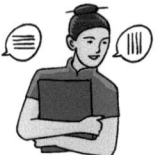

mtafsiri

tradutor

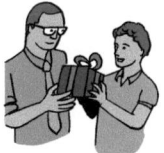

Asante

obrigado

kiasi gani ni ...?

quanto custa...?

Sielewi

eu não entendo

tatizo

problema

Jioni njema!

boa noite!

Habari za asubuhi!

Bom dia!

Usiku mwema!

Boa noite!

kwa heri

até logo

mwelekeo

direção

mizigo

bagagem

mfuko

bolsa

shanta

mochila

mgeni

convidado

chumba

quarto

begi la kulalia

saco de dormir

hema

barraca

taarifa ya utalii

informação turística

ufuo

praia

kadi

cartão de crédito

kifunguakinywa

café da manhã

chakula cha mchana

almoço

chakula cha jioni

jantar

tiketi

bilhete

kuinua

elevador

muhuri

selo

mpaka

fronteira

mila

alfândega

ubalozi

embaixada

visa

visto

pasipoti

passaporte

usafiri
transporte

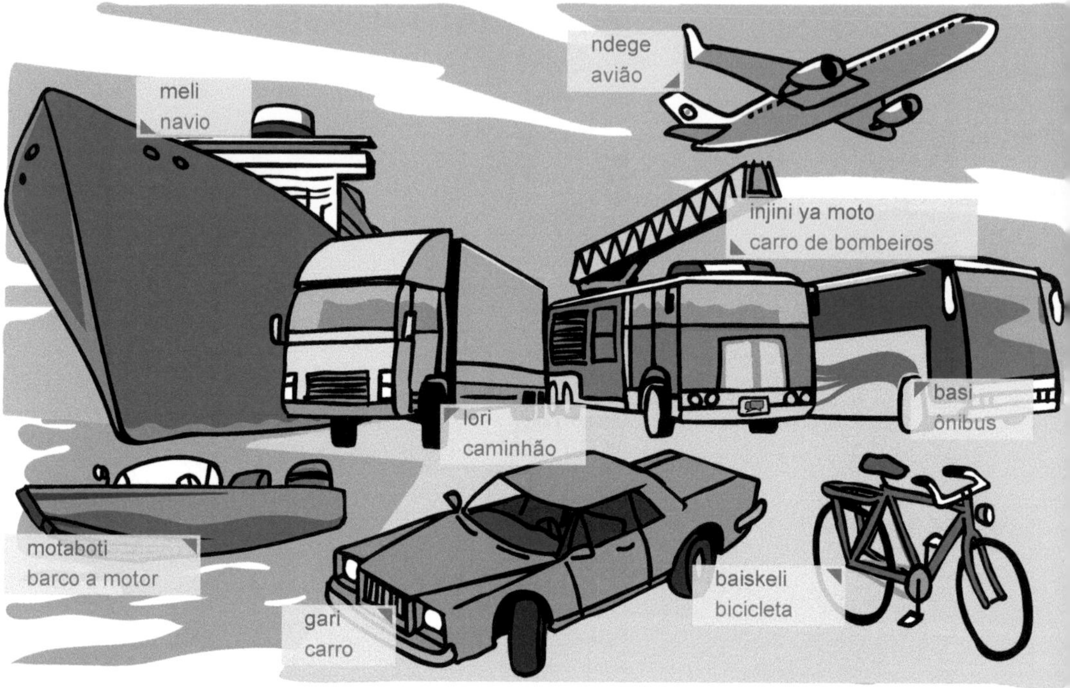

ndege
avião
meli
navio
injini ya moto
carro de bombeiros
basi
ônibus
lori
caminhão
motaboti
barco a motor
baiskeli
bicicleta
gari
carro

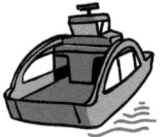

feri
balsa

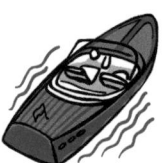

mashua
barco

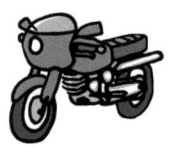

pikipiki
motocicleta

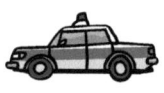

gari la polisi
veículo policial

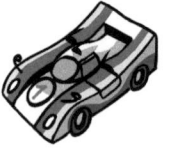

gari la mashindano
carro de corrida

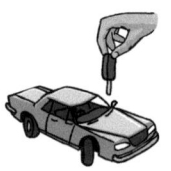

gari la kukodisha
carro de aluguel

kushiriki gari

compartilhamento de automóvel

lori la kuvuta

caminhão de reboque

ukusanyaji taka

caminhão de lixo

motor

motor

mafuta

combustível

kituo cha mafuta

posto de gasolina

ishara trafiki

placa de trânsito

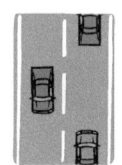

trafiki

trânsito

msongamano

trânsito lento

maegesho

estacionamento

kituo cha treni

estação de trem

reli

trilhos

garimoshi

trem

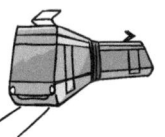

tremu

bonde

gari la mizigo

vagão

helikopta

helicóptero

uwanja wa ndege

aeroporto

mnara

torre

abiria

passageiro

chombo

contêiner

katoni

cartolina

mkokoteni

carroça

kikapu

cesto

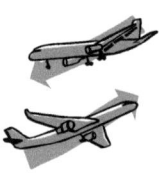

ondoka

decolar / pousar

jiji

cidade

kijiji

vilarejo

katikati ya jiji

centro da cidade

nyumba

casa

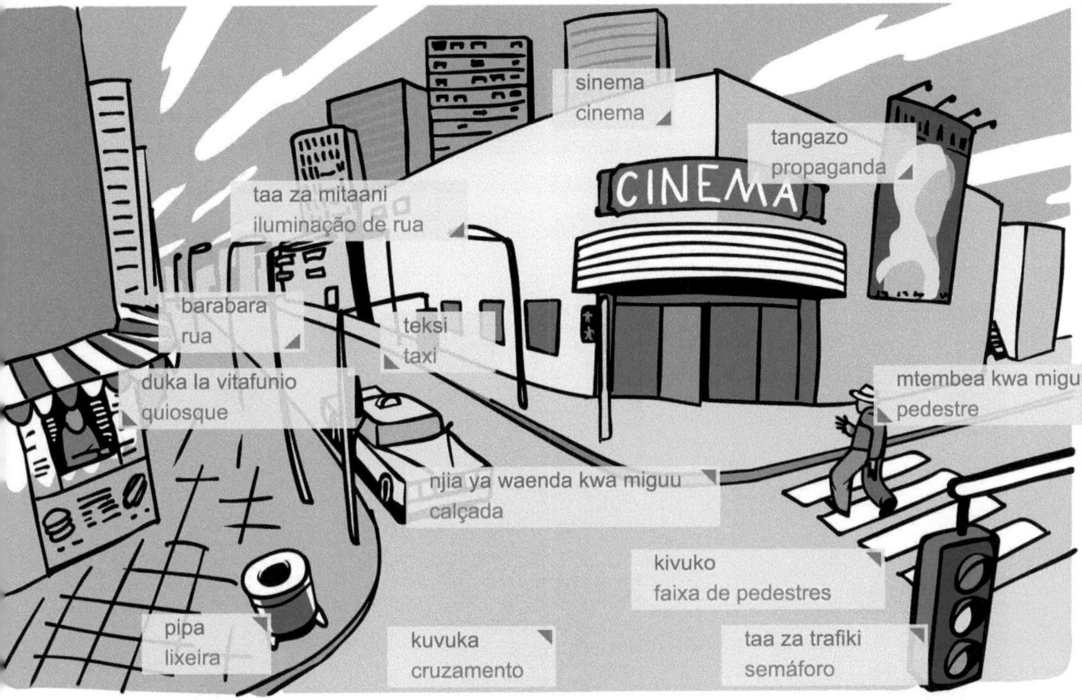

sinema
cinema

tangazo
propaganda

taa za mitaani
iluminação de rua

barabara
rua

teksi
taxi

duka la vitafunio
quiosque

mtembea kwa miguu
pedestre

njia ya waenda kwa miguu
calçada

kivuko
faixa de pedestres

pipa
lixeira

kuvuka
cruzamento

taa za trafiki
semáforo

kibanda

cabana

gorofa

apartamento

kituo cha treni

estação de trem

ukumbi wa mji

prefeitura

Makavazi

museu

shule

escola

chuo kikuu

universidade

benki

banco

hospitali

hospital

hoteli

hotel

duka la dawa

farmácia

ofisi

escritório

duka la kitabu

livraria

duka

loja

duka la maua

floricultura

dukakuu

supermercado

soko

mercado

idara ya kuhifadhi

loja de departamentos

mwuza samaki

peixaria

kituo cha ununuzi

centro comercial

bandari

porto

Hifadhi

parque

benki

banco

daraja

ponte

vidato

escadas

chini ya ardhi

metrô

handaki

túnel

kituo cha mabasi

ponto de ônibus

bar

bar

mgahawa

restaurante

sanduku la posta

caixa de correspondência

ishara ya barabara

placa de rua

mita ya maegesho

parquímetro

bustani ya wanyama

zoológico

kidimbwi cha kuogelea

piscina

msikiti

mesquita

shamba

fazenda

uchafuzi

poluição

makaburini

cemitério

kanisa

igreja

uwanja wa michezo

parquinho

hekalu

templo

mazingira

paisagem

jani
folha

ishara ya mwelekeo
placa de sinalização

njia
caminho

malisho
gramado

jiwe
pedra

mtembeaji wa masafa
caminhantes

mti
árvore

mto
rio

nyasi
grama

ua
flor

bonde
vale

kilima
montanha

ziwa
lago

msitu
floresta

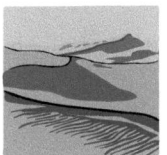

jangwa
deserto

volkano
vulcão

ngome
castelo

upinde wa mvua
arco-íris

uyoga
cogumelo

mtende
palmeira

mbu
mosquito

kuruka
mosca

chungu
formiga

nyuki
abelha

buibui
aranha

mende

besouro

chura

sapo

kuchakuro

esquilo

nungunungu

ouriço

sungura

lebre

bundi

coruja

ndege

pássaro

swan

cisne

nguruwe mwitu

javali

kulungu

veado

aina ya kongoni

alce

bwawa

barragem

tabo ya upepo

aerogerador

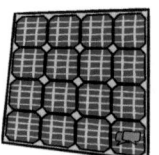

nishaji ya jua

painel solar

hali ya hewa

clima

mhudumu
garçom

menyu
menu

kiti
cadeira

supu
sopa

piza
pizza

vilia
talheres

kitambaa cha mezani
toalha de mesa

kiamsha hamu

entrada

kozi kuu

prato principal

kitindamlo

sobremesa

vinywaji

bebidas

chakula

comida

chupa

garrafa

chakula cha haraka

fastfood

Streetfood

comida de rua

buli

bule de chá

kisanduku cha sukari

açucareiro

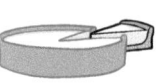

sehemu

porção

mashine ya espresso

máquina de expresso

kiti kirefu

cadeirão

muswada

conta

trei

bandeja

kisu

faca

uma

garfo

kijiko

colher

kijiko cha chai

colher de chá

nepi

guardanapo

glasi

copo

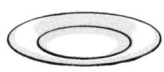

sahani

prato

sahani ya supu

prato de sopa

sufuria

pires

mchuzi

molho

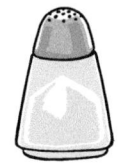

kichanyaji chumvi

saleiro

kinu cha pilipili

moedor de pimenta

siki

vinagre

mafuta

óleo

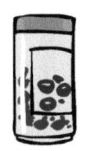

viungo

especiarias

kechapu

ketchup

haradali

mostarda

kachumbari nzito

maionese

dukakuu
supermercado

ofa maalum
oferta especial
FOR
mteja
cliente
maziwa
laticínios
matunda
frutas
toroli
carrinho de compras

BUTCHERS

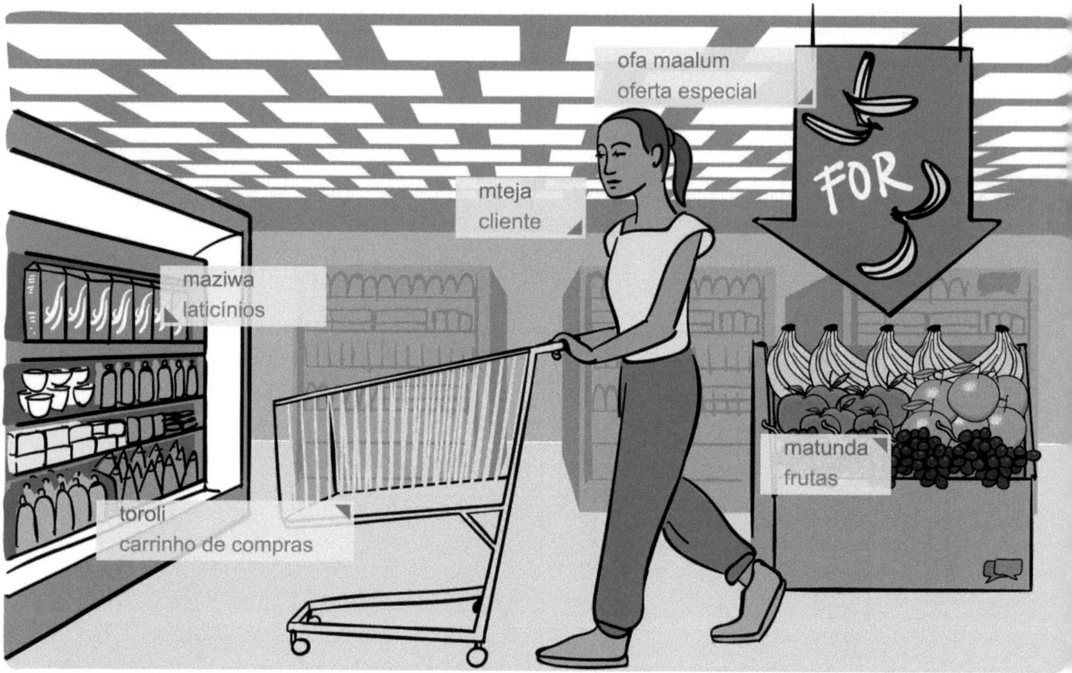

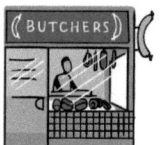

mchinjaji

açougue

BAKERY

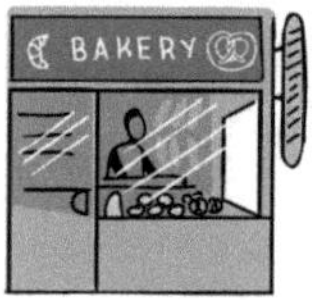

mwokaji

padaria

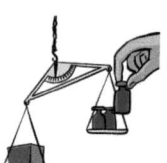

uzito

pesar

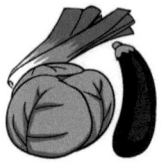

mboga

legumes

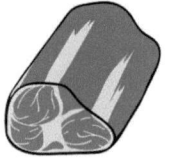

nyama

carne

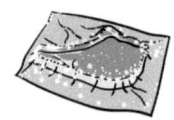

chakula waliohifadhiwa

congelados

vipande vya nyama baridi

charcutaria

chakula cha kopo

conservas

sabuni ya unga

detergente em pó

pipi

doces

bidhaa za kaya

artigos domésticos

bidhaa za kusafisha

produtos de limpeza

mtu mauzo

vendedora

mpaka

caixa

keshia

caixa

orodha ya manunuzi

lista de compras

masaa ya ufunguzi

horário de funcionamento

mkoba

carteira

kadi

cartão de crédito

mfuko

sacola

mfuko wa plastiki

saco plástico

maji

água

sharubati

suco

maziwa

leite

coke

coca-cola

mvinyo

vinho

bia

cerveja

pombe

álcool

kakao

cacau

chai

chá

kahawa

café

spreso

expresso

kapuchino

cappuccino

ndizi

banana

tufaha

maçã

machungwa

laranja

tikiti

melão

lemon

limão

karoti

cenoura

kitunguu saumu

alho

mianzi

bambu

kitunguu

cebola

uyoga

cogumelo

karanga

nozes

nudo

macarrão

spageti

espaguete

mpunga

arroz

saladi

salada

vibanzi

batatas fritas

viazi vya kukaanga

batatas frias

piza

pizza

hambaga

hambúrger

sandwichi

sanduíche

kipande

escalope

paja la mnyama

presunto

salami

salame

soseji

salsicha

kuku

galinha

choma

assado

samaki

peixe

oats ya uji

flocos de aveia

muesli

granola

cornflakes

flocos de milho

unga

farinha

kroisanti

croissant

andazi

pãozinho

mkate

pão

mkate wa kubanika

torrada

biskuti

biscoitos

siagi

manteiga

maziwa mgando

requeijão

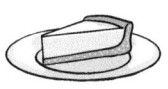

keki

bolo

yai

ovo

yai kukaanga

ovo frito

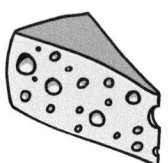

jibini

queijo

chakula - comida

aiskrimu

sorvete

sukari

açúcar

asali

mel

jemu

geleia

kuenea kwa chokoleti

creme de avelãs

mchuzi wa viungo

curry

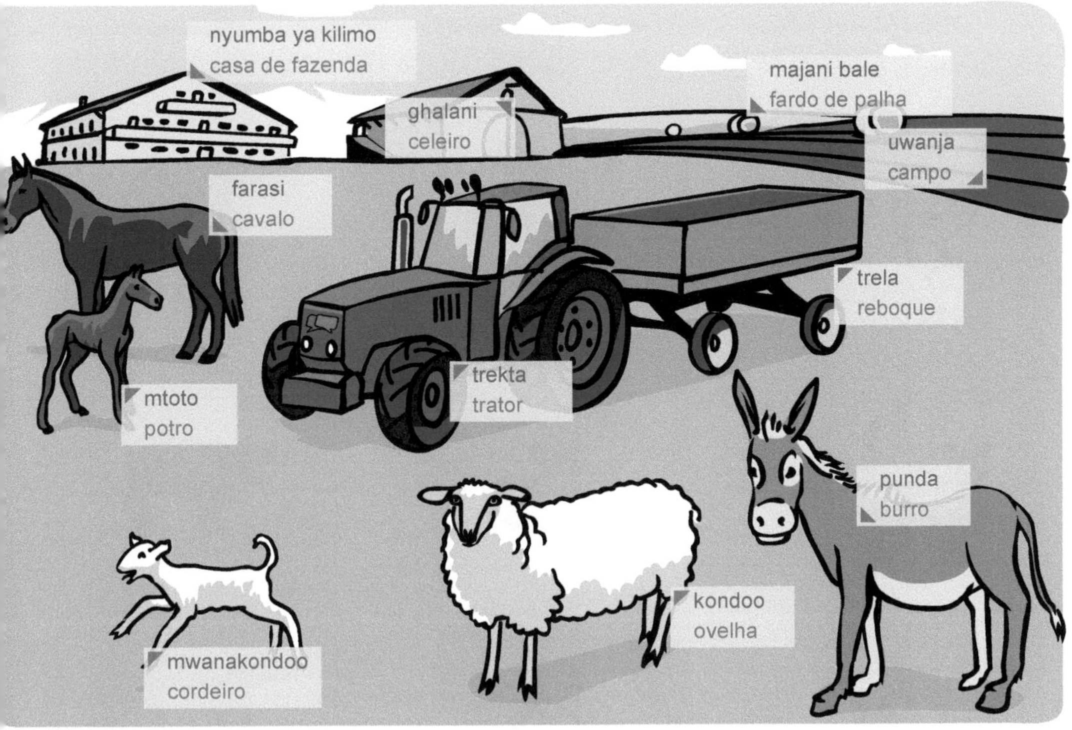

nyumba ya kilimo
casa de fazenda

ghalani
celeiro

majani bale
fardo de palha

uwanja
campo

farasi
cavalo

trela
reboque

mtoto
potro

trekta
trator

punda
burro

kondoo
ovelha

mwanakondoo
cordeiro

mbuzi

cabra

ng'ombe

vaca

ndama

bezerro

nguruwe

porco

mwananguruwe

leitão

fahali

touro

batabukini

ganso

bata

pato

kifaranga

pintinho

kuku

galinha

jogoo

galo

panya

ratazana

paka

gato

panya

camundongo

ng'ombe

boi

mbwa

cachorro

nyumba ya mbwa

casinha do cachorro

bomba la bustani

mangueira de jardim

debe la kumwagilia maji

regador

fyekeo

foice

kulima

arado

mundu

foice

jembe

enxada

uma wa nyasi

forquilha

shoka

machado

toroli

carrinho de mão

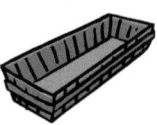

kupitia nyimbo

manjedoura

chombo cha maziwa

jarra de leite

gunia

saco

ua

cerca

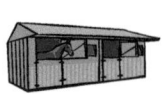

imara

estábulo

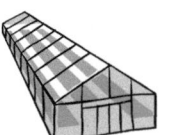

chafu

estufa

udongo

solo

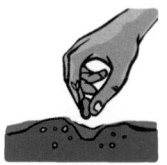

mbegu

semente

mbolea

fertilizante

kivunaji

colheitadeira

mavuno

colher

mavuno

colheita

viazi vikuu

inhame

ngano

trigo

soya

soja

viazi

batata

mahindi

milho

rapa

colza

mti wa matunda

árvore frutífera

muhogo

mandioca

nafaka

cereais

nyumba
casa

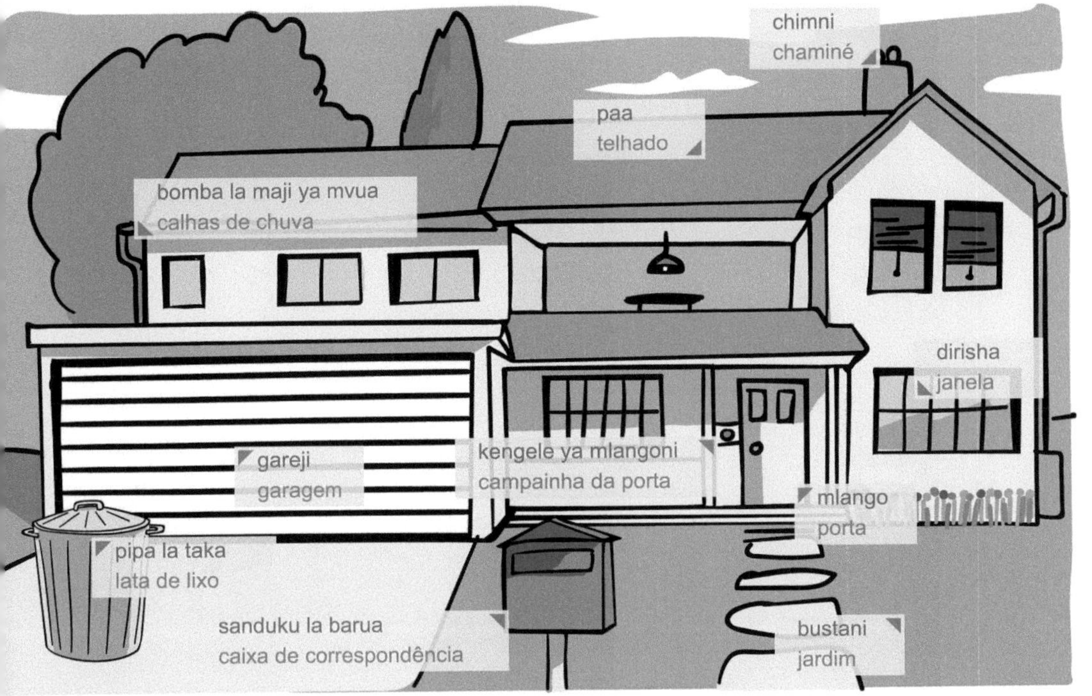

chimni
chaminé
paa
telhado
bomba la maji ya mvua
calhas de chuva
dirisha
janela
gareji
garagem
kengele ya mlangoni
campainha da porta
mlango
porta
pipa la taka
lata de lixo
sanduku la barua
caixa de correspondência
bustani
jardim

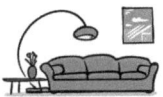

sebuleni

sala de estar

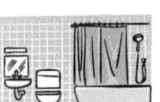

bafu

banheiro

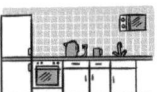

jikoni

cozinha

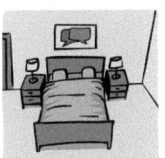

chumba cha kulala

quarto de dormir

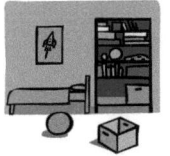

chumba ya mtoto

quarto de criança

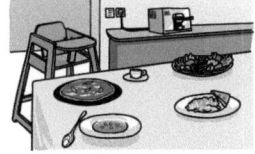

chumba cha kulia

sala de jantar

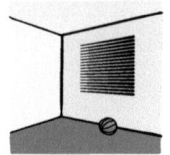

sakafu

chão

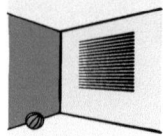

ukuta

parede

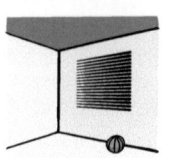

dari

teto

pishi

porão

sauna

sauna

roshani

varanda

mtaro

terraço

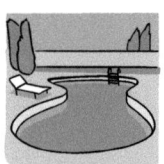

kidimbwi

piscina

mashine ya kukata nyasi

cortador de grama

karatasi

lençol

kitambaa cha kupamba
kitanda

coberta

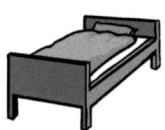

kitanda

cama

ufagio

vassoura

ndoo

balde

kubadili

interruptor

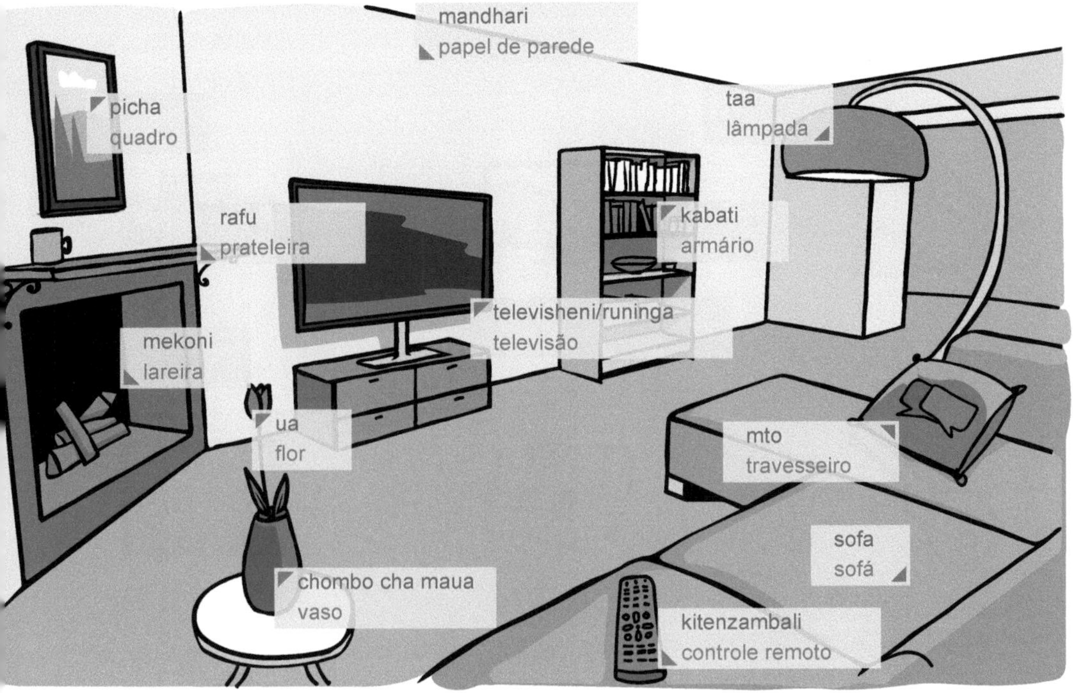

mandhari
papel de parede

taa
lâmpada

picha
quadro

rafu
prateleira

kabati
armário

mekoni
lareira

televisheni/runinga
televisão

ua
flor

mto
travesseiro

sofa
sofá

chombo cha maua
vaso

kitenzambali
controle remoto

zulia
tapete

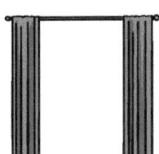

pazia
cortina

meza
mesa

kiti
cadeira

kiti cha bembea
cadeira de balanço

armchair
poltrona

kitabu

livro

blanketi

cobertor

mapambo

decoração

kuni

lenha

filamu

filme

kifaa cha hi-fi

equipamento de som

ufunguo

chave

gazeti

jornal

uchoraji

pintura

bango

pôster

redio

rádio

daftari

bloco de notas

kifyonza

aspirador

dungusi kakati

cacto

mshumaa

vela

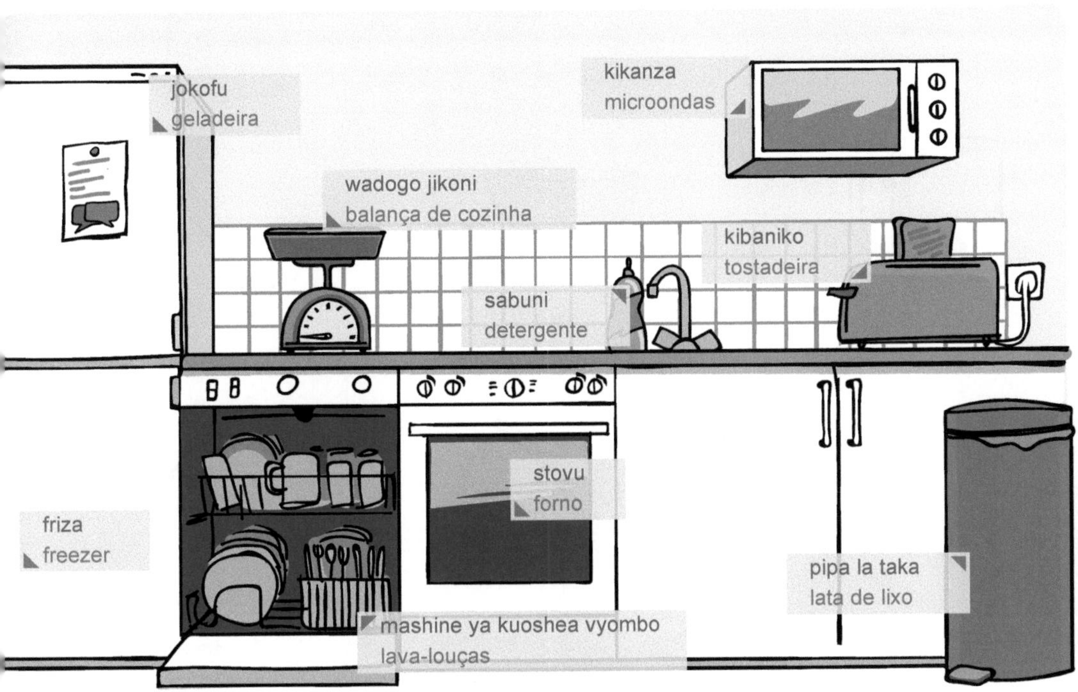

jokofu
geladeira

kikanza
microondas

wadogo jikoni
balança de cozinha

kibaniko
tostadeira

sabuni
detergente

stovu
forno

friza
freezer

pipa la taka
lata de lixo

mashine ya kuoshea vyombo
lava-louças

jiko la kupika
....
fogão

chungu
....
panela

sufuria ya chuma
....
panela de ferro

wok / kadai
....
wok / kadai

kaango
....
frigideira

birika
....
chaleira

stima

panela a vapor

sinia ya kuoka

tabuleiro de forno

vyombo vya udongo

louça

kombe

caneca

bakuli

caçarola

vijiti vya kulia

hashi

ukawa

concha de sopa

mwiko mpana

espátula

burashi

batedor

kichujio

escorredor

chujio

peneira

mbuzi

ralador

chokaa

almofariz

barbeque

churrasqueira

moto wazi

lareira

ubao wa majaribio

tábua de cortar

kijiti cha kusukuma unga

rolo da massa

kizibuo

saca-rolhas

kopo

lata

inaweza kopo

abridor de latas

kishikio cha chungu

pegador de panela

karo

pia

brashi

escova

sifongo

esponja

kisagaji matunda

liquidificador

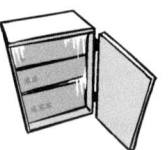

friji ya kina

congelador

chupa ya mtoto

mamadeira

bomba

torneira

bafu
banheiro

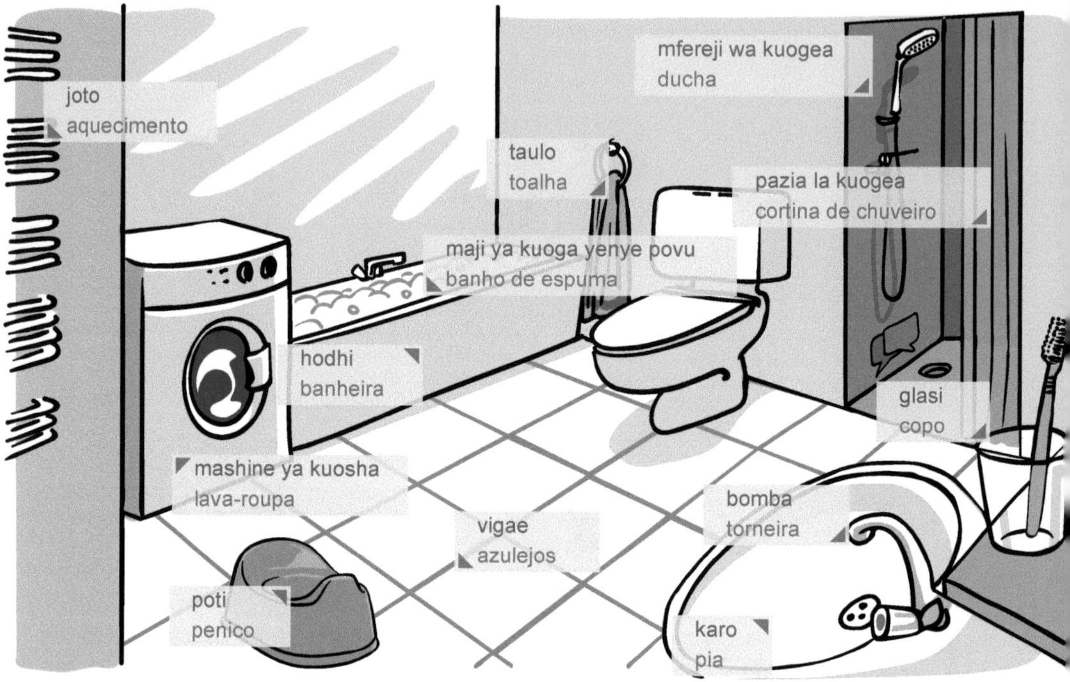

mfereji wa kuogea
ducha
joto
aquecimento
taulo
toalha
pazia la kuogea
cortina de chuveiro
maji ya kuoga yenye povu
banho de espuma
hodhi
banheira
glasi
copo
mashine ya kuosha
lava-roupa
bomba
torneira
vigae
azulejos
poti
penico
karo
pia

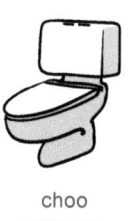

choo

vaso sanitário

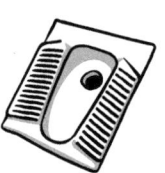

choo cha squat

lavabo de agachar

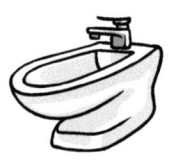

beseni la mviringo

bidê

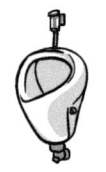

choo cha umma

mictório

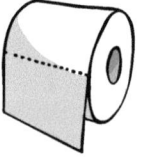

shashi

papel higiênico

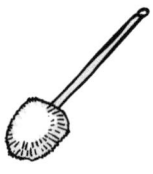

brashi ya choo

escova de privada

mswaki

escova de dentes

dawa ya meno

pasta de dentes

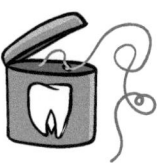

dawa ya meno

fio dental

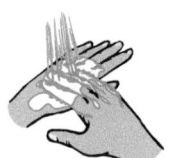

safisha

lavar

kuoga mkono

ducha de mão

msukumo wa maji

ducha íntima

bonde

bacia

mpako wa pili

escova para as costas

sabuni

sabonete

jeli ya kuogea

gel de banho

shampuu

xampu

flana

toalha de rosto

toa maji

escoamento

krimu

creme

kiondoa harufu

desodorante

kioo

espelho

kioo mkono

espelho de mão

kinyozi

barbeador

povu la kunyoa

espuma de barbear

baada ya kunyoa

loção pós-barba

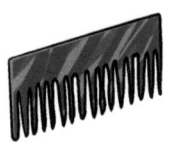

kichana

pente

brashi

escova

kikausha nywele

secador de cabelo

marashi ya nyewele

spray de cabelo

vipodozi

maquiagem

kidomwa

batom

varnish ya msumari

esmalte de unhas

pamba

algodão

mkasi wa kucha

tesoura para unhas

manukato

perfume

mkoba wa kuosha

nécessaire

kinyesi

banquinho

mizani

balança

nguo ya kuoga

roupão de banho

glavu za mpira

luvas de borracha

kisodo

absorvente interno

sodo

absorvente íntimo

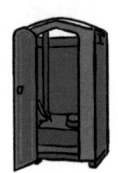

kemikali choo

banheiro químico

chumba ya mtoto
quarto de criança

saa ya kengele
despertador
kidoli cha kupakata
boneco de pelúcia
gari bandia
carrinho de brinquedo
kelele
chacoalho
chumba cha midoli
casa de bonecas
sasa
presente

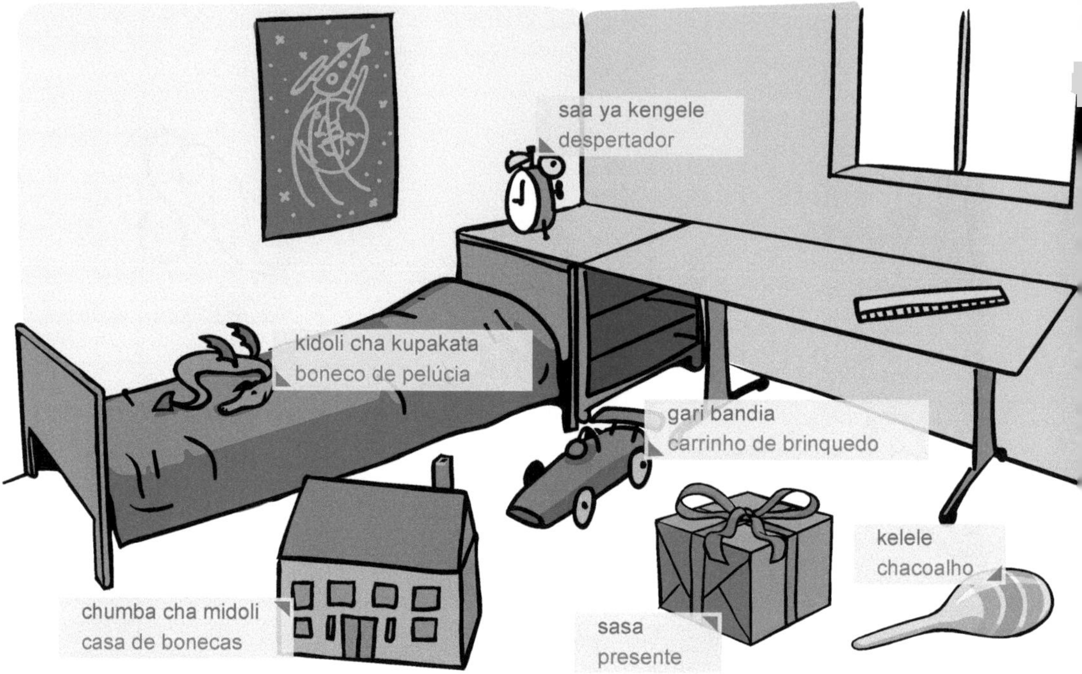

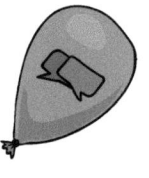

baluni
balão

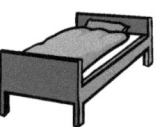

kitanda
cama

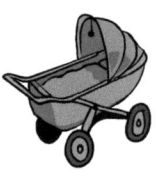

mashua
carrinho de bebê

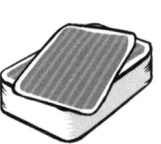

staha ya kadi
jogo de cartas

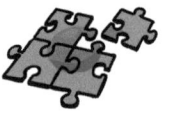

mchezo-fumb
quebra-cabeças

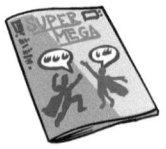

vichekesho
revista de quadrinhos

matofali lego

peças de Lego

vitalu mwigo

blocos de construção

hatua takwimu

figura de ação

suti ya kulalia

macaquinho de bebê

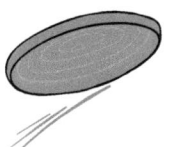

kisahani

frisbee

simu

móbile para bebé

ubao wa michezo

jogo de tabuleiro

kete

dados

garimoshi mwigo

trenzinho elétrico

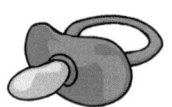

dummy

chupeta

chama

festa

picha kitabu

livro ilustrado

mpira

bola

kikaragosi

boneca

kucheza

brincar

shimo la mchanga

caixa de areia

bembea

balanço

vitu bandia

brinquedos

kiweko cha video ya mchezo

videogame

baiskeli ya magurudumu

triciclo

matatu

mwanasesere

ursinho de pelúcia

kabati

guarda-roupa

nguo

vestuário

soksi

meias

stokingi

meias pelo joelho

kibano

meias-calças

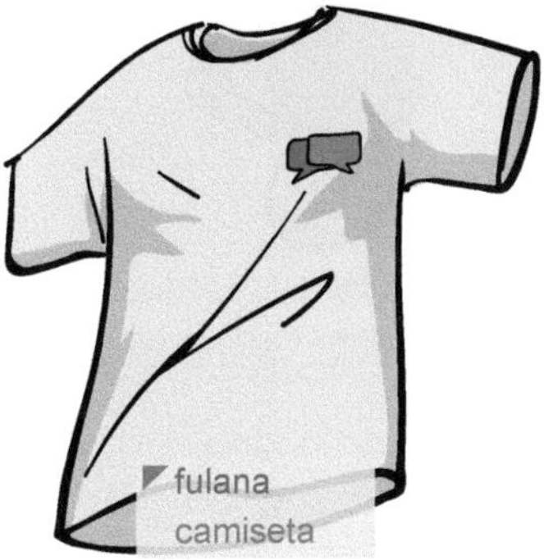

skafu
cachecol

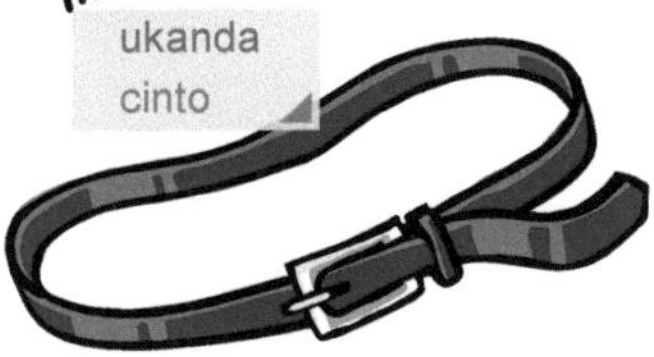

mwavuli
guarda-chuva

ukanda
cinto

fulana
camiseta

wakufunzi
tênis

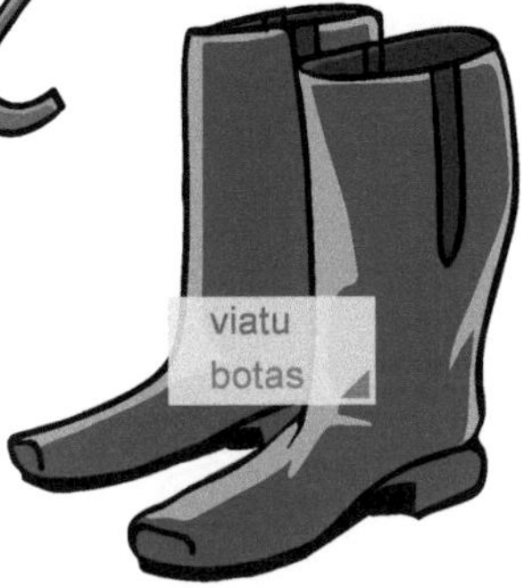

viatu
botas

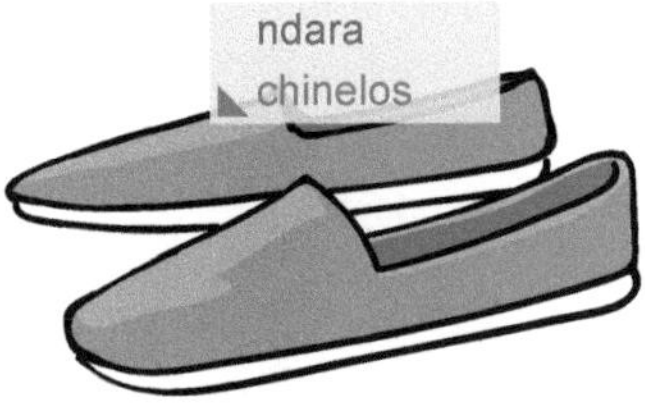

ndara
chinelos

malapa
....
sandálias

viatu
....
sapatos

mabuti ya mpira
....
botas de borracha

suruali ya ndani
....
roupa de baixo

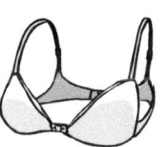

sidiria
....
sutiã

fulana
....
camiseta de baixo

mwili

body

suruali

calças

dangirizi

jeans

sketi

saia

blauzi

blusa

shati

camisa

vuta

pulôver

sweta

suéter com capuz

bleza

blazer

jaketi

jaqueta

koti

casaco

koti la mvua

gabardine

maleba

traje

gauni

vestido

mavazi ya harusi

vestido de casamento

suti

terno

vazi la usiku

camisola

pajama

pijama

sari

sari

skafu

lenço de cabeça

kilemba

turbante

burka

burca

kaftan

cafetã

abaya

abaya

vazi la kuogelea

maiô

vazi la kiume la kuogelea

sunga

kaptura

shorts

teitei

roupa de treino

aproni

avental

glavu

luvas

kifungo

botão

glasi

óculos

bangili

pulseira

mkufu

colar

pete

anel

herini

brinco

kofia

boné

kiango cha koti

cabide

kofia

chapéu

tai

gravata

zipu

zíper

kofia

capacete

kanda za suruali

suspensórios

sare za shule

uniforme escolar

sare

uniforme

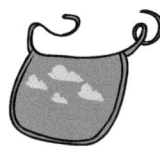

bibu

babador

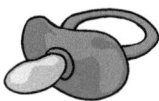

dummy

chupeta

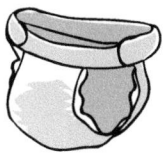

nepi

fralda

ofisi

escritório

seva
servidor
kabati la kuweka faili
armário de arquivos
kichapishaji
impressora
karatasi
papel
kiwambo
monitor
kipanya
mouse
dawati
escrivaninha
folda
pasta
kibodi
teclado
u cha kuweka karatasi chafu
de lixo
kiti
cadeira
kompyuta
computador

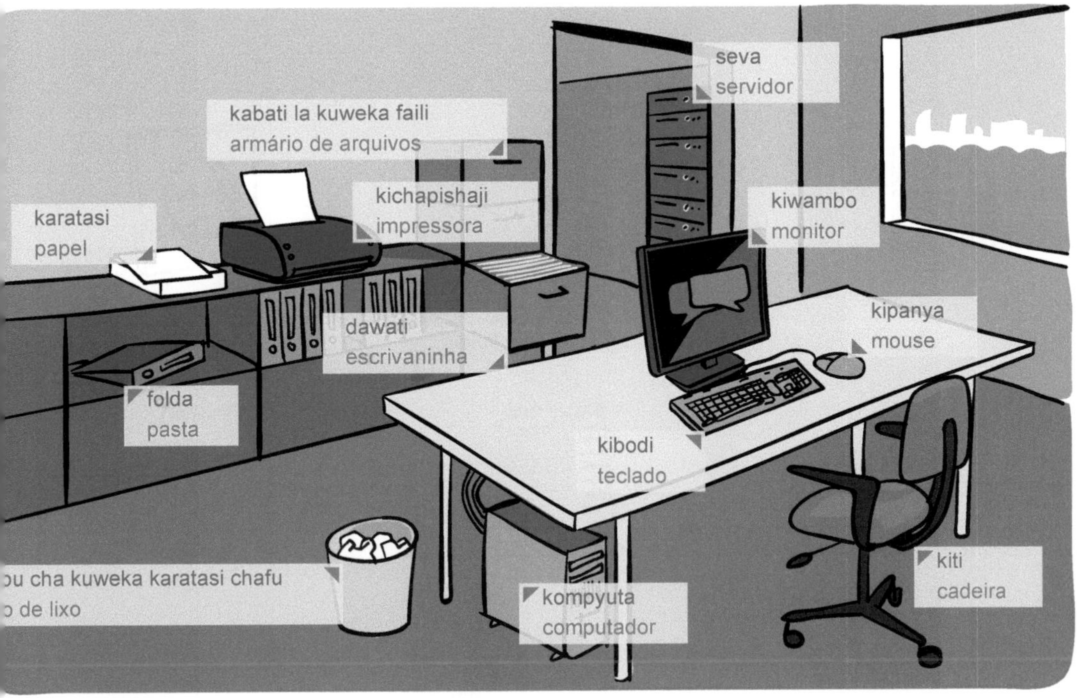

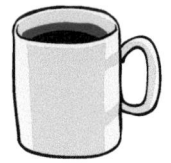

kmobe la kahawa

xícara de café

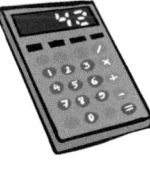

kikokotoo

calculadora

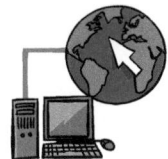

biashara

internet

mbali
laptop

barua
carta

ujumbe
mensagem

rununu
celular

intaneti
rede

fotokopia
copiadora

programu
software

simu
telefone

soketi
tomada

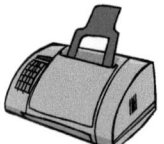

kipepesi
fax

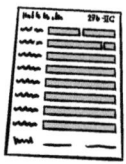

fomu
formulário

hati
documento

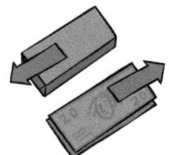

kununua

comprar

kulipa

pagar

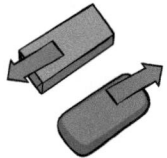

biashara

negociar

fedha

dinheiro

dola

Dólar

yuro

Euro

yeni

Yen

rouble

rublo

faranga ya Uswisi

franco suíço

renminbi yuan

renminbi yuan

rupia

rupia

eneo la kulipia

caixa eletrônico

ofisi ya ubadilishanaji

casa de câmbio

dhahabu

ouro

fedha

prata

mafuta

petróleo

nishati

energia

bei

preço

mkataba

contrato

kodi

imposto

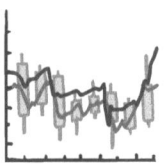

bidhaa

ação

kazi

trabalhar

mfanyakazi

empregado

mwajiri

empregador

kiwanda

fábrica

duka

loja

afisa wa polisi
policial

mzimamoto
bombeiro

mpishi
cozinheiro

daktari
médico

rubani
piloto

mtunza bustani

jardineiro

seremala

marceneiro

mshonaji

costureira

hakimu

juiz

mwanakemia

químico

muigizaji

ator

dereva wa basi

motorista de ônibus

dereva wa teksi

motorista de táxi

mvuvi

pescador

mwanamke wa kusafisha

faxineira

mwezekaji

telhador

mhudumu

garçom

mwindaji

caçador

mchoraji

pintor

mwokaji

padeiro

umeme

eletricista

mjenzi

construtor

mhandisi

engenheiro

mchinjaji

açougueiro

fundi bomba

encanador

mwanaposta

carteiro

kazi - profissões

mwanajeshi

soldado

msanifu majengo

arquiteto

keshia

caixa

muuza maua

florista

msusi

cabelereiro

kondakta

condutor

mekanika

mecânico

nahodha

capitão

daktari wa meno

dentista

mwanasayansi

cientista

rabbi

rabino

imamu

imam

mtawa

monge

kasisi

pastor

zana
ferramentas

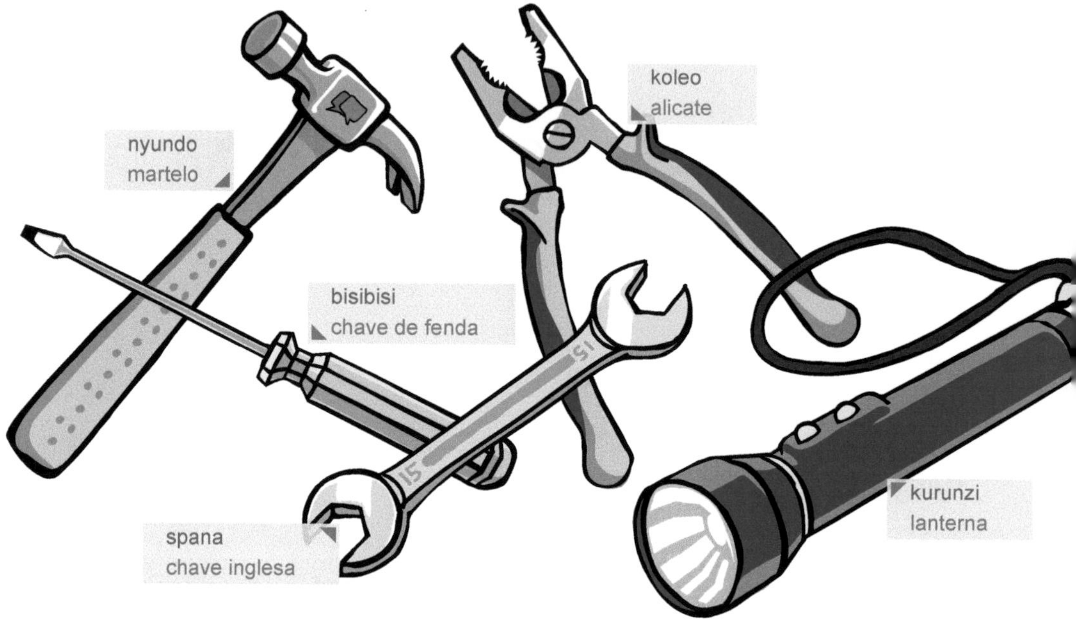
nyundo
martelo
koleo
alicate
bisibisi
chave de fenda
spana
chave inglesa
kurunzi
lanterna

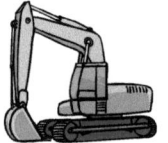

mchimbaji

escavadora

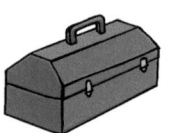

sanduku la vifaa

caixa de ferramentas

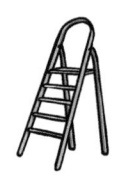

ngazi

escada de mão

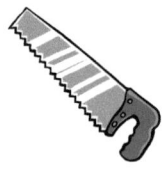

msumeno

serra

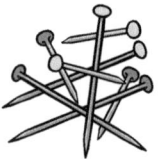

misumari

pregos

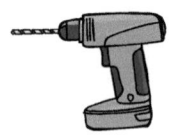

kuchimba visima

furadeira

kukarabati

consertar

sepetu

pá

Lo!

Droga!

kishikio cha uchafu

pá de lixo

chungu cha rangi

pote de tinta

skurubu

parafusos

ala za muziki
instrumentos musicais

spika
alto-falante

mpangilio wa ngoma
bateria

gita
guitarra

besi mara mbili
contrabaixo

tarumbeta
trompete

piano

piano

fidla

violino

ubeji

baixo

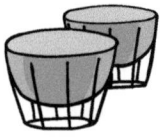

timpani

timbales

ngoma

tambor

kibodi

teclado

saksafoni

saxofone

filimbi

flauta

maikrofoni

microfone

ala za muziki - instrumentos musicais

bustani ya wanyama

zoológico

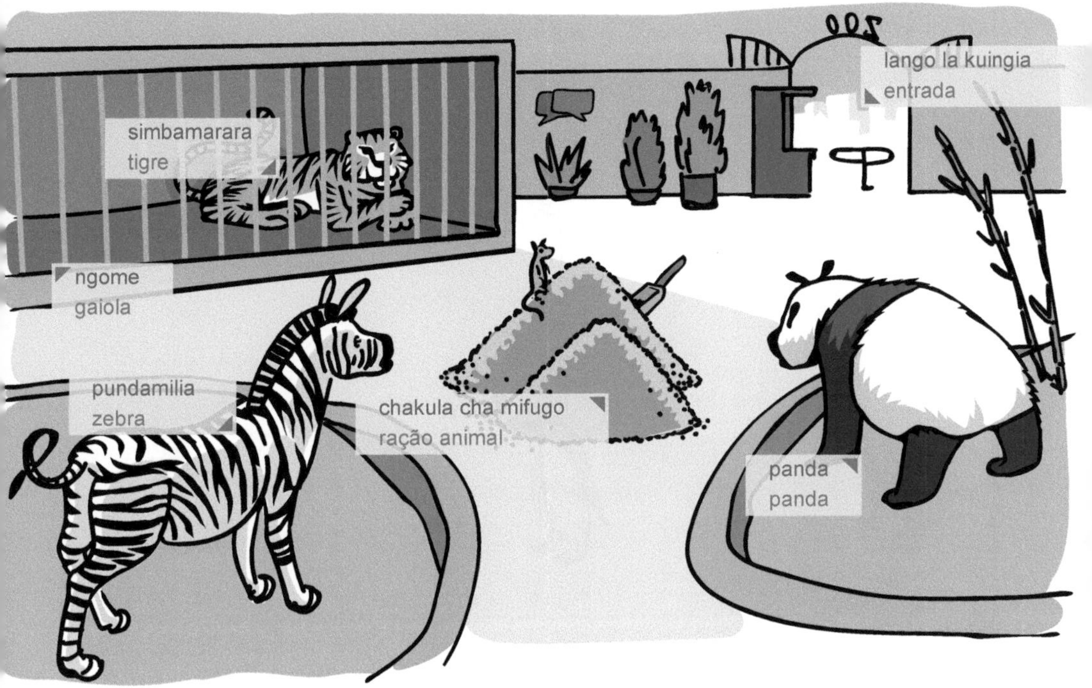
simbamarara
tigre
lango la kuingia
entrada
ngome
gaiola
pundamilia
zebra
chakula cha mifugo
ração animal
panda
panda

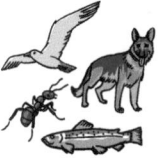

wanyama

animais

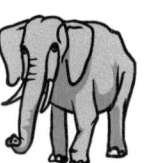

tembo

elefante

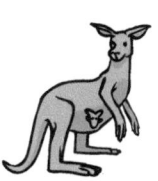

kangaruu

canguru

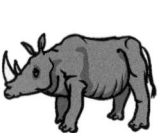

kifaru

rinoceronte

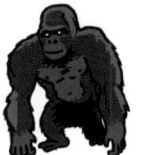

sokwe

gorila

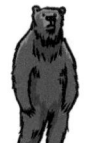

dubu

urso

ngamia

camelo

mbuni

avestruz

simba

leão

tumbili

macaco

heroe

flamingo

kasuku

papagaio

dubu

urso polar

penguini

pinguim

papa

tubarão

tausi

pavão

nyoka

cobra

mamba

crocodilo

mtunza wanyama

guarda do zoológico

muhuri

foca

jaguar

jaguar

mwanafarasi

pônei

chui

leopardo

kiboko

hipopótamo

twiga

girafa

tai

águia

nguruwe mwitu

javali

samaki

peixe

kobe

tartaruga

sili

morsa

mbweha

raposa

paa

gazela

soka ya marekani
futebol americano

uendeshaji baiskeli
ciclismo

tenisi
tênis

mpira wa kikapu
basquete

kuogelea
natação

ndondi
boxe

magongo ya barafuni
hóquei no gelo

soka
futebol

vinyoya
badminton

riadha
atletismo

mpira wa mikono
handebol

skii
esqui

polo
polo

shughuli
atividades

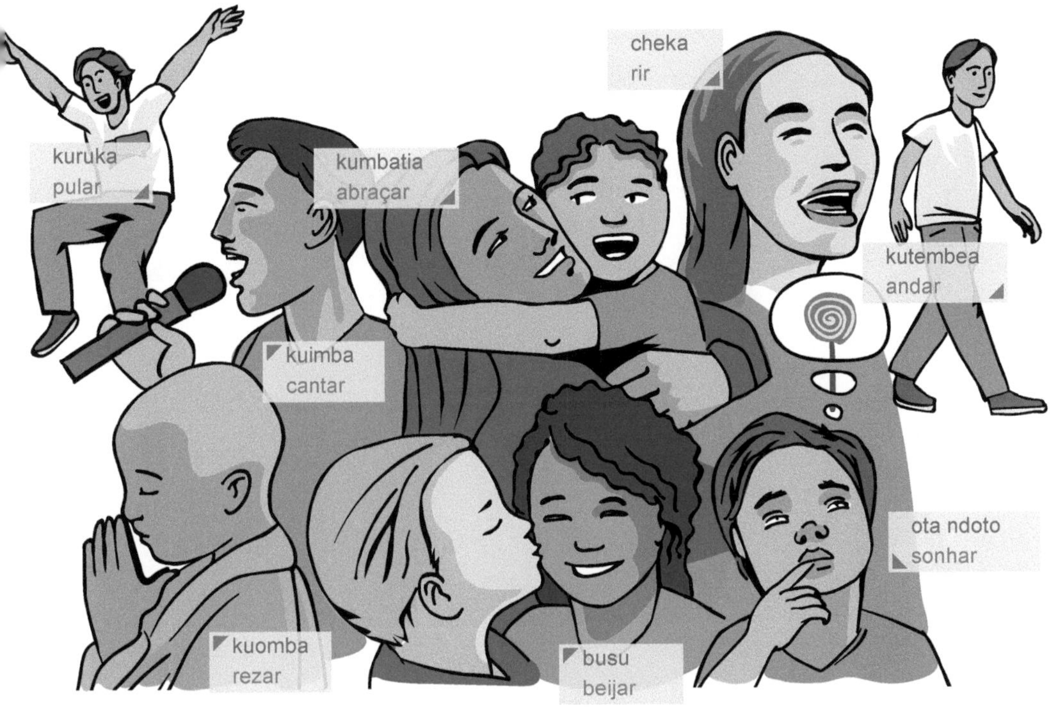
cheka
rir
kuruka
pular
kumbatia
abraçar
kutembea
andar
kuimba
cantar
ota ndoto
sonhar
kuomba
rezar
busu
beijar

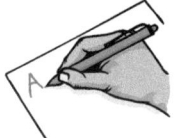

kuandika
escrever

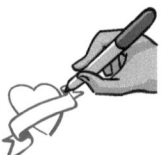

kuteka
desenhar

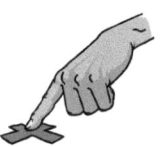

angalia
mostrar

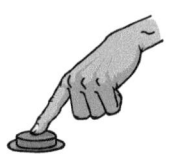

sukuma
empurrar

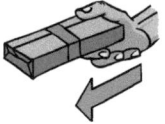

kutoa
dar

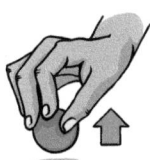

kuchukua
tomar

kuwa

ter

fanya

fazer

kuwa

ser

kusimama

ficar de pé

kukimbia

correr

vuta

puxar

kutupa

jogar

kuanguka

cair

hadaa

deitar

kusubiri

esperar

kubeba

carregar

kukaa

sentar

vaa nguo

vestir

usingizi

dormir

kuamka

despertar

kuangalia

olhar para

lia

chorar

kiharusi

acariciar

chana nywele

pentear

ongea

falar

kuelewa

entender

kuuliza

perguntar

kusikiliza

ouvir

kunywa

beber

kula

comer

nadhifisha

arrumar

upendo

amar

mpishi

cozinhar

gari

dirigir

kuruka

voar

meli

velejar

kokotoa

calcular

kusoma

ler

kujifunza

aprender

kazi

trabalhar

kuoa

casar

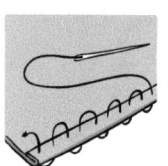

kushona

costurar

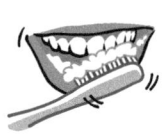

piga mswaki

escovar os dentes

kuua

matar

moshi

fumar

kutuma

enviar

bibi
avô

babu
avô

baba
pai

mama
mãe

mtoto
bebê

binti
filha

bin
filho

mgeni

convidado

shangazi

tia

mjomba

tio

kaka

irmão

dada

irmã

mwili

corpo

paji la uso
testa
jicho
olho
bega
ombro
kidole
dedo
uso
rosto
kidevu
queixo
mkono
mão
mguu
perna
matiti
peito
mkono
braço

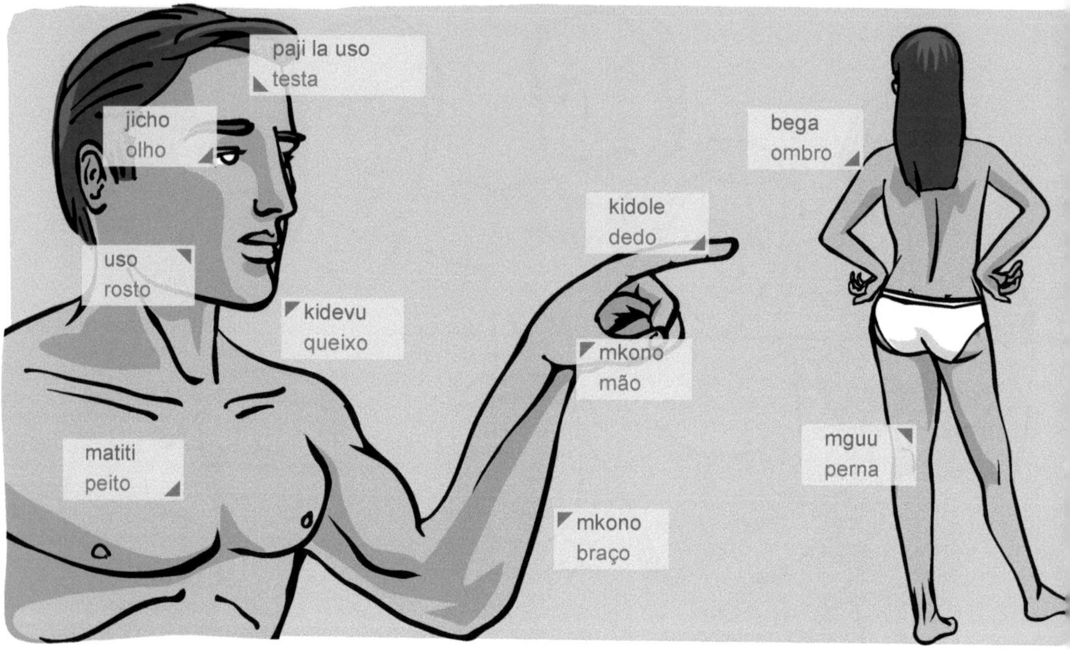

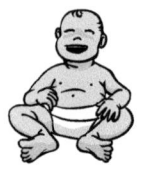

mtoto

bebê

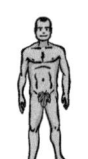

mwanamume

homem

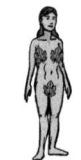

mwanamke

mulher

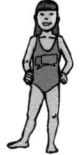

msichana

menina

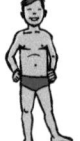

mvulana

menino

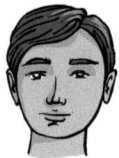

kichwa

cabeça

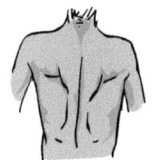

nyuma

costas

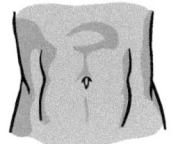

tumbo

barriga

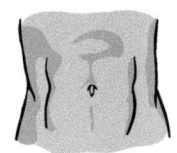

kitovu

umbigo

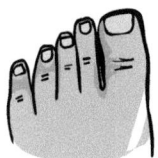

chano

dedo do pé

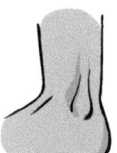

kisigino

calcanhar

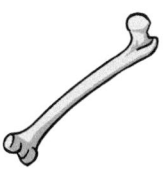

mfupa

osso

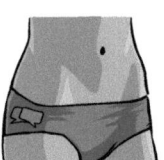

nyonga

anca

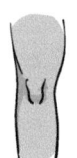

goti

joelho

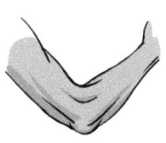

kiwiko

cotovelo

pua

nariz

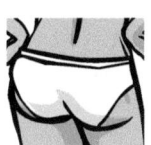

chini

nádegas

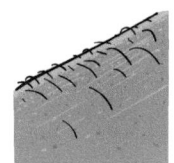

ngozi

pele

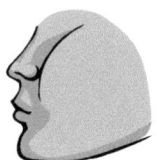

shavu

bochecha

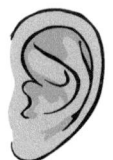

sikio

orelha

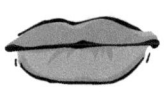

mdomo

lábio

kinywa

boca

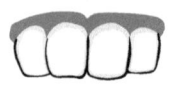

jino

dente

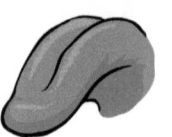

ulimi

língua

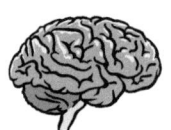

ubongo

cérebro

moyo

coração

misuli

músculo

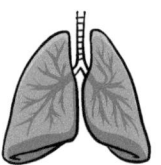

pafu

pulmão

ini

fígado

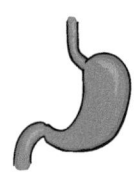

tumbo

estômago

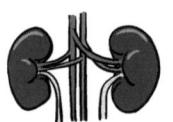

figo

rins

jinsia

relações sexuais

kondomu

preservativo

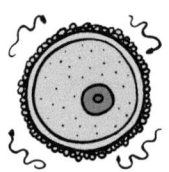

ovari

óvulo

shahawa

esperma

mimba

gravidez

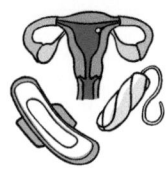

hedhi
....
menstruação

uke
....
vagina

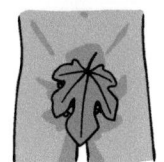

uume
....
pênis

unyusi
....
sobrancelha

nywele
....
cabelo

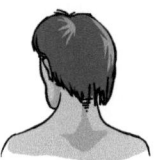

shingo
....
pescoço

hospitali
hospital

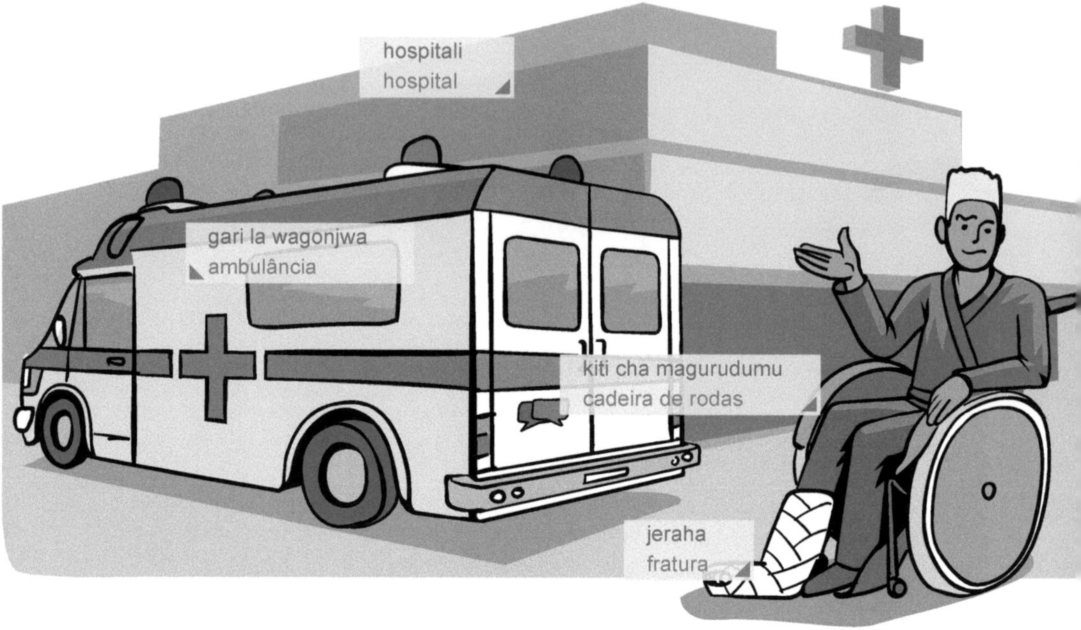

hospitali
hospital
gari la wagonjwa
ambulância
kiti cha magurudumu
cadeira de rodas
jeraha
fratura

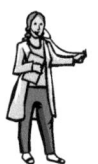

daktari

médico

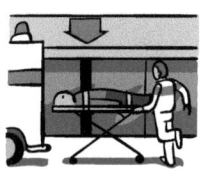

chumba cha dharura

pronto-socorro

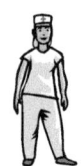

muuguzi

enfermeira

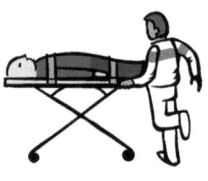

dharura

emergência

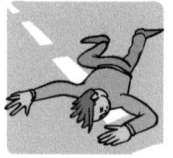

kupoteza fahamu

inconsciente

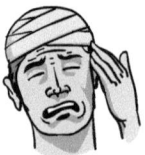

maumivu

dor

kuumia

ferimento

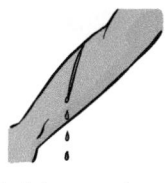

kutokwa na damu

hemorragia

mshtuko wa moyo

ataque cardíaco

kiharusi

acidente vacular cerebral

mzio

alergia

kikohozi

tosse

homa

febre

mafua

gripe

kuharisha

diarreia

maumivu ya kichwa

dor de cabeça

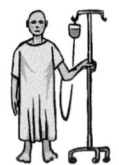

kansa

câncer

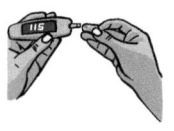

ugonjwa wa kisukari

diabetes

daktari mpasuaji

cirurgião

kisu kidogo cha kupasulia

bisturi

operesheni

operação

picha changanufu ya mwili

CT

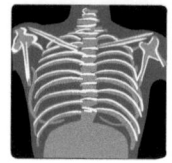

Eksrei

raio x

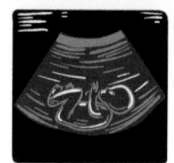

mawimbi sauti

ultrassom

barakoa ya uso

máscara

ugonjwa

doença

chumba cha kusubiri

sala de espera

mkongojo

muleta

plasta

bandeide

bendeji

ligadura

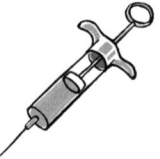

sindano

injeção

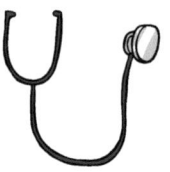

stetoskopu

estetoscópio

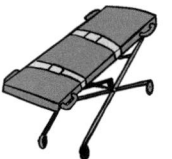

machela

maca

kipimajoto cha kliniki

termômetro

kuzaliwa

nascimento

unene kupita kiasi

excesso de peso

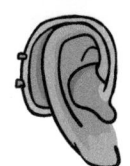

kusikia misaada

aparelho auditivo

kipukusi

desinfetante

maambukizi

infecção

virusi

vírus

VVU / UKIMWI

HIV / AIDS

dawa

medicamento

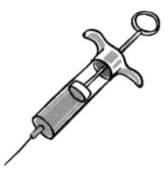

chanjo

vacinação

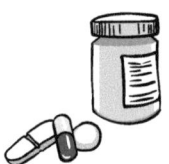

vidonge

comprimidos

kidonge

pílula

simu ya dharura

chamada de emergência

haemodainamometa

dispositivo de medição de
pressão arterial

mgonjwa / mwenye afya

doente / saudável

Msaada!

Socorro!

kengele

alarme

pigo

assalto

shambulizi

ataque

hatari

perigo

lango la dharura

saída de emergência

Moto!

Fogo!

kizima moto

extintor de incêndios

ajali

acidente

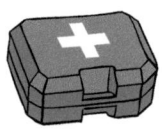

vifaa vya huduma ya
kwanza

maleta de primeiros
socorros

wito wa msaada

SOS

polisi

polícia

Ulaya

Europa

Amerika ya Kaskazini

América do Norte

Amerika ya Kusini

América do Sul

Afrika

África

Asia

Ásia

Australia

Austrália

Atlantiki

Atlântico

Pasifiki

Pacífico

Bahari ya Hindi

Oceano Índico

Bahari ya Antaktiki

Oceano Antártico

Bahari ya Aktiki

Oceano Ártico

Ncha ya Kaskazini

Polo Norte

Ncha ya Kusini
Polo Sul

Antaktika
Antártica

dunia
Terra

nchi
terra

bahari
mar

kisiwa
ilha

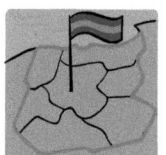

taifa
nação

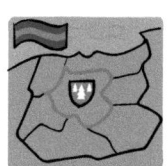

jimbo
estado

uso wa saa

mostrador do relógio

akrabu ya saa

ponteiro das horas

akrabu ya dakika

ponteiro dos minutos

akrabu ya sekunde

ponteiro dos segundos

Ni saa ngapi?

Que horas são?

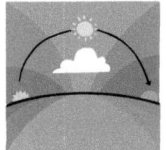

siku

dia

wakati

tempo

sasa

agora

saa ya dijitali

relógio digital

dakika

minuto

saa

hora

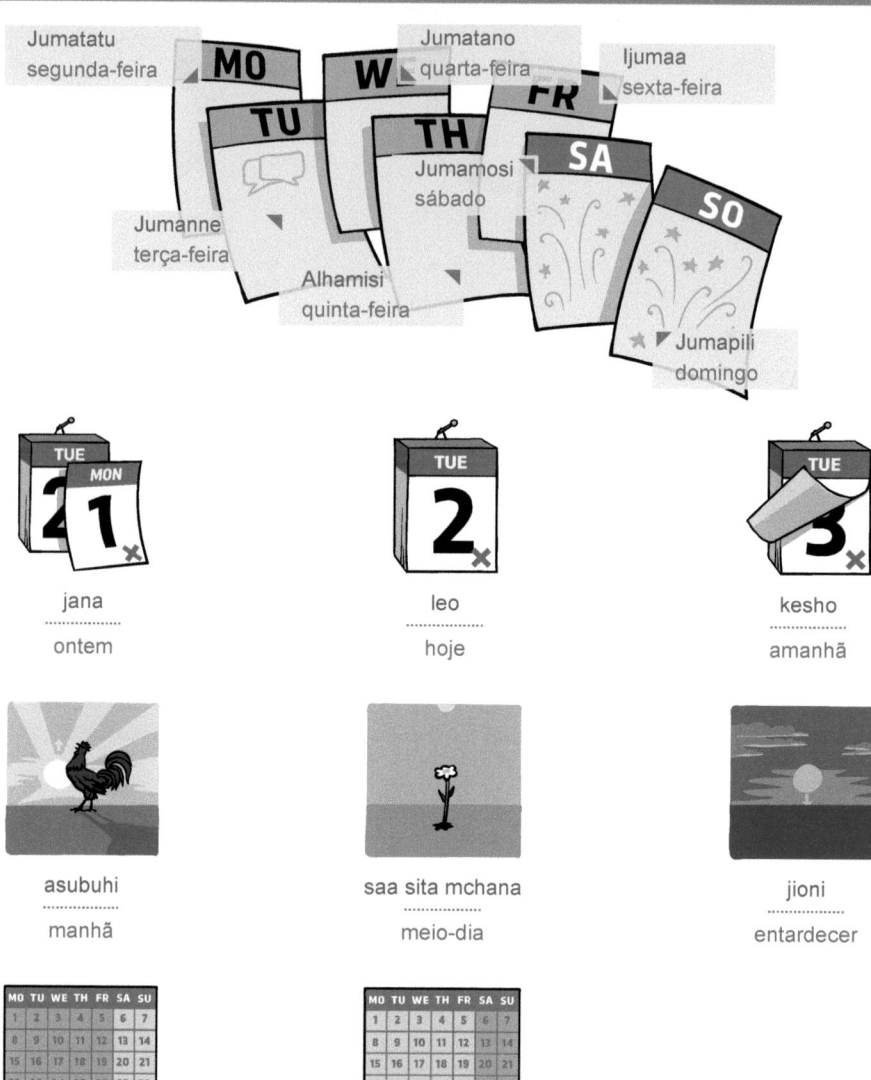

Jumatatu
segunda-feira

MO

W Jumatano
quarta-feira

TU

TH

FR Ijumaa
sexta-feira

Jumamosi
sábado

SA

SO

Jumanne
terça-feira

Alhamisi
quinta-feira

Jumapili
domingo

jana
ontem

leo
hoje

kesho
amanhã

asubuhi
manhã

saa sita mchana
meio-dia

jioni
entardecer

MO	TU	WE	TH	FR	SA	SU
1	2	3	4	5	6	7
8	9	10	11	12	13	14
15	16	17	18	19	20	21
22	23	24	25	26	27	28
29	30	31	1	2	3	4

siku za biashara
dias úteis

MO	TU	WE	TH	FR	SA	SU
1	2	3	4	5	6	7
8	9	10	11	12	13	14
15	16	17	18	19	20	21
22	23	24	25	26	27	28
29	30	31	1	2	3	4

mwishoni mwa wiki
fim de semana

mwaka

ano

mvua
chuva
upinde wa mvua
arco-íris
theluji
neve
upepo
vento
majira ya machipuko
primavera
vuli
outono
kiangazi
verão
majira ya baridi
inverno

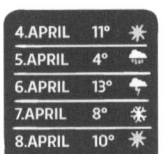

4.APRIL 11°
5.APRIL 4°
6.APRIL 13°
7.APRIL 8°
8.APRIL 10°

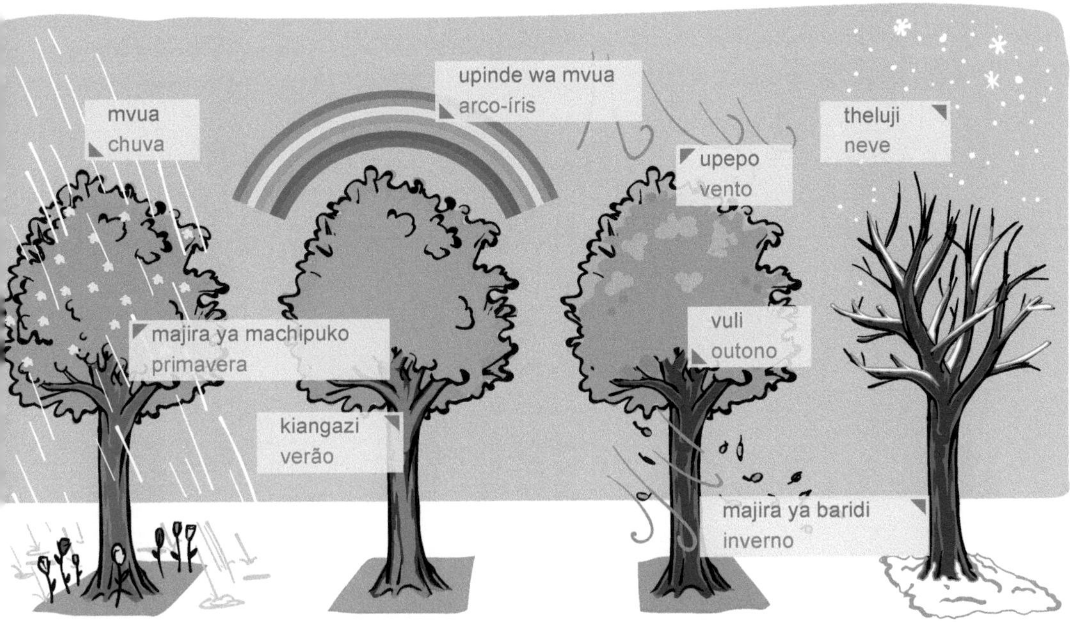

utabiri wa hali ya hewa

previsão do tempo

F C
120 40
30
90 20
60 10
30 0
0 -10
-30 -20

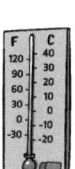

kipimajoto

termômetro

mwanga wa jua

raio de sol

wingu

nuvem

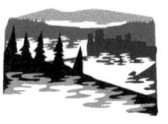

ukungu

neblina / nevoeiro

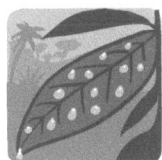

unyevu

umidade do ar

umeme

relâmpago

radi

trovão

dhoruba

tempestade

mvua ya mawe

granizo

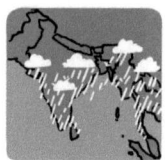

monsuni

monção

mafuriko

inundação

barafu

gelo

Januari

janeiro

Februari

fevereiro

Machi

março

Aprili

abril

Mei

maio

Juni

junho

Julai

julho

Agosti

agosto

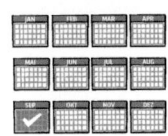

Septemba

setembro

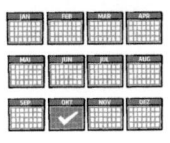

Oktoba

outubro

Novemba

novembro

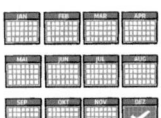

Desemba

dezembro

maumbo
formas

mduara

círculo

mraba

quadrado

mstatili

retângulo

pembetatu

triângulo

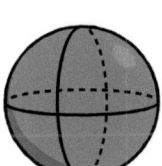

nyanja

esfera

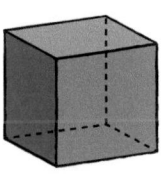

mchemraba

cubo

nyeupe

branco

manjano

amarelo

chungwa

laranja

rangi ya waridi

rosa

nyekundu

vermelho

hudhurungi

lilás

bluu

azul

kijani

verde

hanja

marrom

jivujivu

cinza

nyeusi

preto

mengi / kidogo

muito / pouco

hasira / pole

furioso / tranquilo

nzuri / mbaya

lindo / feio

mwanzo / mwisho

começo / fim

kubwa / ndogo

grande / pequeno

angavu / giza

claro / escuro

kaka / dada

irmão / irmã

safi / chafu

limpo / sujo

kamilika / tokamilika

completo / incompleto

siku / usiku

dia / noite

wafu / hai

morto / vivo

pana / nyembamba

largo / estreito

kulika / kutolika

comestível / não comestível

ovu / ema

mau / gentil

sisimkwa / udhika

entusiasmado / entediado

nene / nyembamba

gordo / magro

kwanza / mwisho

primeiro / último

rafiki / adui

amigo / inimigo

jaa / tupu

cheio / vazio

ngumu / laini

duro / macio

nzito / nyepesi

pesado / leve

njaa / kiu

fome / sede

mgonjwa / mwenye afya

doente / saudável

haramu / kisheria

ilegal / legal

akili / kijinga

inteligente / idiota

kushoto / kulia

esquerda / direita

karibu / mbali

perto / longe

mpya / kutumika

novo / usado

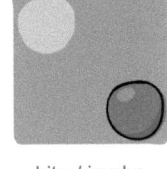

kitu / jambo

nada / alguma coisa

zee / changa

velho / jovem

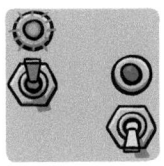

waka / zima

ligado / desligado

wazi / fungwa

aberto / fechado

utulivu / kelele

baixo / alto

tajiri / masikini

rico / pobre

sahihi / kosa

certo / errado

mbaya / laini

áspero / liso

huzunika / furahia

triste / feliz

fupi /ndefu

curto / longo

polepole / haraka

lento / rápido

nyevu / kavu

molhado / seco

joto / baridi

ameno / fresco

vita / amani

guerra / paz

0

sufuri

zero

1

moja

um

2

mbili

dois

3

tatu

três

4

nne

quatro

5

tano

cinco

6

sita

seis

7

saba

sete

8

nane

oito

9

tisa

nove

10

kumi

dez

11

kumi na moja

onze

12

kumi na mbili

doze

13

kumi na tatu

treze

14

kumi na nne

quatorze

15

kumi na tano

quinze

16

kumi na sita

dezesseis

17

kumi na saba

dezessete

18

kumi na nane

dezoito

19

kumi na tisa

dezenove

20

ishirini

vinte

100

mia

cem

1.000

elfu

mil

1.000.000

milioni

milhão

Kiingereza

inglês

Kiingereza cha Marekani

inglês americano

Kimandarini cha Uchina

chinês mandarim

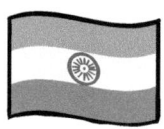

Kihindi

hindi

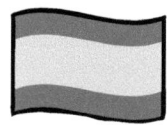

Kihispania

espanhol

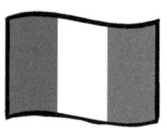

Kifaransa

francês

Kiarabu

árabe

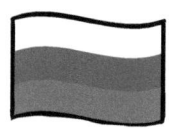

Kirusi

russo

Kireno

português

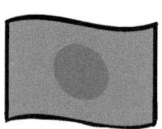

Kibengali

bengalês

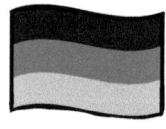

Kijerumani

alemão

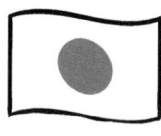

Kijapani

japonês

mimi

eu

wewe

você

yeye / yeye / ni

ele / ela

sisi

nós

wewe

vocês

wao

eles / elas

nani?

quem?

nini?

O quê?

jinsi gani?

como?

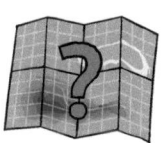

wapi?

onde?

lini?

Quando?

jina

nome

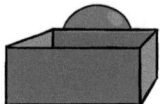

nyuma

atrás

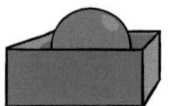

katika

em

mbele ya

na frente de

juu ya

sobre

kwenye

em cima

chini ya

debaixo

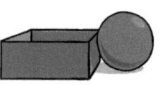

kando

do lado

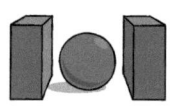

kati

entre

mahali

lugar